I am Thankful

ਮੈਂ ਧੰਨਵਾਦੀ ਹਾਂ

Shelley Admont

Illustrated by Mohamed Elngar

www.kidkiddos.com

Copyright ©2022 by KidKiddos Books Ltd.

support@kidkiddos.com

First edition

Translated from English by Narpinder Kaur

ਨਰਪਿੰਦਰ ਕੌਰ ਦੁਆਰਾ ਅੰਗਰੇਜ਼ੀ ਤੋਂ ਅਨੁਵਾਦ ਕੀਤਾ ਗਿਆ

Library and Archives Canada Cataloguing in Publication
I am Thankful (English Punjabi Bilingual Edition) / Shelley Admont
ISBN: 978-1-5259-8576-8 paperback
ISBN: 978-1-5259-8577-5 hardcover
ISBN: 978-1-5259-8575-1 eBook

Please note that the English and Punjabi versions of the story have been written to be as close as possible. However, in some cases they differ in order to accommodate nuances and fluidity of each language.

I wake up to the sun shining brightly through my window.

ਮੈਂ ਮੇਰੀ ਖਿੜਕੀ ਵਿੱਚੋਂ ਤੇਜ਼ ਸੂਰਜ ਦੇ ਚਮਕਣ ਤੇ ਜਾਗਦੀ ਹਾਂ।

My favorite teddy bear lies next to me.

ਮੇਰਾ ਮਨਪਸੰਦ ਟੈਡੀ ਬੀਅਰ ਮੇਰੇ ਕੋਲ ਪਿਆ ਹੈ।

I am thankful for my teddy bear and for how soft and cuddly it is!

ਮੈਂ ਆਪਣੇ ਟੈਡੀ ਬੀਅਰ ਲਈ ਧੰਨਵਾਦੀ ਹਾਂ ਅਤੇ ਇਹ ਕਿੰਨਾ ਨਰਮ ਅਤੇ ਪਿਆਰਾ ਹੈ!

I stretch and yawn, then slowly get out of my bed.

ਮੈਂ ਅੰਗੜਾਈ ਅਤੇ ਉਬਾਸੀ ਲੈਂਦੀ ਹਾਂ, ਫਿਰ ਹੌਲੀ-ਹੌਲੀ ਆਪਣੇ ਬਿਸਤਰੇ ਤੋਂ ਬਾਹਰ ਨਿਕਲਦੀ ਹਾਂ।

I smell something delicious coming from the kitchen. It smells like pancakes!

ਮੈਨੂੰ ਰਸੋਈ ਵਿੱਚੋਂ ਕੁਝ ਸੁਆਦੀ ਸੁਗੰਧ ਆ ਰਹੀ ਹੈ। ਇਹ ਪੈਨਕੇਕ ਵਰਗੀ ਮਹਿਕ ਹੈ!

My mom makes the best breakfast in the world! I am thankful for her cooking...

ਮੇਰੀ ਮੰਮੀ ਦੁਨੀਆ ਦਾ ਸਭ ਤੋਂ ਵਧੀਆ ਨਾਸ਼ਤਾ ਬਣਾਉਂਦੀ ਹੈ! ਮੈਂ ਉਸਦੇ ਖਾਣਾ ਪਕਾਉਣ ਲਈ ਧੰਨਵਾਦੀ ਹਾਂ...

...especially her chocolate chip cookies.

...ਖਾਸ ਕਰਕੇ ਉਸਦੀ ਚਾਕਲੇਟ ਚਿੱਪ ਕੁਕੀਜ਼।

I run to the kitchen and I see that my little sister is already eating breakfast.

ਮੈਂ ਰਸੋਈ ਵੱਲ ਭੱਜਦੀ ਹਾਂ ਅਤੇ ਮੈਂ ਦੇਖਦੀ ਹਾਂ ਕਿ ਮੇਰੀ ਛੋਟੀ ਭੈਣ ਪਹਿਲਾਂ ਹੀ ਨਾਸ਼ਤਾ ਕਰ ਰਹੀ ਹੈ।

She smiles and gives me the biggest hug. It makes me happy. I am very thankful for my sister...

ਉਹ ਮੁਸਕਰਾਉਂਦੀ ਹੈ ਅਤੇ ਮੈਨੂੰ ਘੁੱਟ ਕੇ ਜੱਫੀ ਪਾਉਂਦੀ ਹੈ। ਮੈਨੂੰ ਬਹੁਤ ਖੁਸ਼ੀ ਹੁੰਦੀ ਹੈ। ਮੈਂ ਆਪਣੀ ਭੈਣ ਲਈ ਬਹੁਤ ਧੰਨਵਾਦੀ ਹਾਂ...

...even though she can be a little annoying sometimes!

...ਹਾਲਾਂਕਿ ਉਹ ਕਦੇ-ਕਦੇ ਥੋੜ੍ਹਾ ਤੰਗ ਕਰ ਸਕਦੀ ਹੈ!

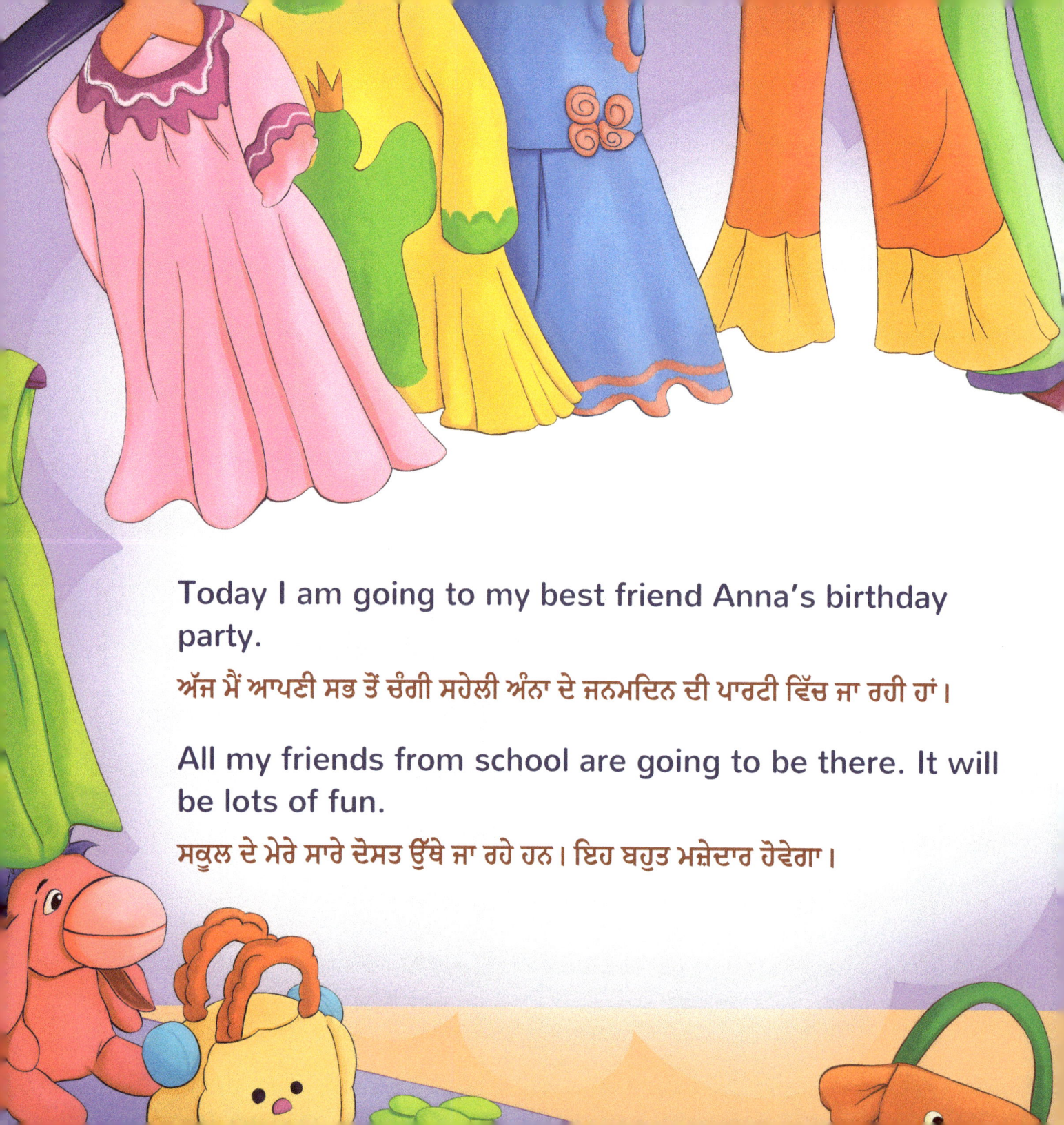

Today I am going to my best friend Anna's birthday party.

ਅੱਜ ਮੈਂ ਆਪਣੀ ਸਭ ਤੋਂ ਚੰਗੀ ਸਹੇਲੀ ਅੰਨਾ ਦੇ ਜਨਮਦਿਨ ਦੀ ਪਾਰਟੀ ਵਿੱਚ ਜਾ ਰਹੀ ਹਾਂ।

All my friends from school are going to be there. It will be lots of fun.

ਸਕੂਲ ਦੇ ਮੇਰੇ ਸਾਰੇ ਦੋਸਤ ਉੱਥੇ ਜਾ ਰਹੇ ਹਨ। ਇਹ ਬਹੁਤ ਮਜ਼ੇਦਾਰ ਹੋਵੇਗਾ।

What should I wear? A dress or pants?

ਮੈਨੂੰ ਕੀ ਪਹਿਨਣਾ ਚਾਹੀਦਾ ਹੈ? ਇੱਕ ਪੁਸ਼ਾਕ ਜਾਂ ਪੈਂਟ?

I'm thankful for all the beautiful clothes I have...although choosing just one outfit can be hard!

ਮੈਂ ਆਪਣੇ ਸਾਰੇ ਸੁੰਦਰ ਕੱਪੜਿਆਂ ਲਈ ਸ਼ੁਕਰਗੁਜ਼ਾਰ ਹਾਂ...ਹਾਲਾਂਕਿ ਸਿਰਫ਼ ਇੱਕ ਪੁਸ਼ਾਕ ਨੂੰ ਚੁਣਨਾ ਔਖਾ ਹੋ ਸਕਦਾ ਹੈ!

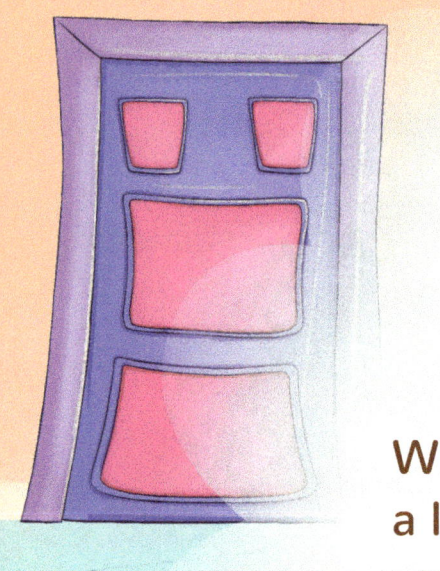

When I get to the party, Anna runs over. "What a lovely dress!" she says, and hugs me.

ਜਦੋਂ ਮੈਂ ਪਾਰਟੀ ਤੇ ਪਹੁੰਚਦੀ ਹਾਂ, ਅੰਨਾ ਦੌੜਦੀ ਆਉਂਦੀ ਹੈ। "ਕਿੰਨੀ ਪਿਆਰੀ ਪੁਸ਼ਾਕ ਹੈ!" ਉਹ ਕਹਿੰਦੀ ਹੈ, ਅਤੇ ਮੈਨੂੰ ਜੱਫੀ ਪਾਉਂਦੀ ਹੈ।

I am thankful to have her as my best friend.

ਮੈਂ ਉਸ ਨੂੰ ਆਪਣਾ ਸਭ ਤੋਂ ਵਧੀਆ ਦੋਸਤ ਬਣਾਉਣ ਲਈ ਸ਼ੁਕਰਗੁਜ਼ਾਰ ਹਾਂ।

Anna's mom brings out her cake, and it's huge! It must have taken such a long time to make.

ਅੰਨਾ ਦੀ ਮੰਮੀ ਆਪਣਾ ਕੇਕ ਲਿਆਉਂਦੀ ਹੈ, ਅਤੇ ਇਹ ਬਹੁਤ ਵੱਡਾ ਹੈ! ਇਸ ਨੂੰ ਬਣਾਉਣ ਵਿੱਚ ਇੰਨਾ ਲੰਬਾ ਸਮਾਂ ਲੱਗਿਆ ਹੋਵੇਗਾ।

I am thankful for the pretty cake, fun games...

ਮੈਂ ਸੁੰਦਰ ਕੇਕ, ਮਜ਼ੇਦਾਰ ਖੇਡਾਂ ਲਈ ਧੰਨਵਾਦੀ ਹਾਂ...

... and I am thankful for my friends.

...ਅਤੇ ਮੇਰੇ ਦੋਸਤਾਂ ਲਈ ਧੰਨਵਾਦੀ ਹਾਂ।

When I get home my mom prepares a bath for me with lots of bubbles.

ਜਦੋਂ ਮੈਂ ਘਰ ਪਹੁੰਚਦੀ ਹਾਂ ਤਾਂ ਮੇਰੀ ਮੰਮੀ ਬਹੁਤ ਸਾਰੇ ਬੁਲਬਲਿਆਂ ਨਾਲ ਮੈਨੂੰ ਇਸ਼ਨਾਨ ਕਰਵਾਉਣ ਲਈ ਤਿਆਰੀ ਕਰਦੀ ਹੈ।

I play with the bubbles and put them on my chin to make a beard. This makes my mom laugh.

ਮੈਂ ਬੁਲਬਲਿਆਂ ਨਾਲ ਖੇਡਦੀ ਹਾਂ ਅਤੇ ਦਾੜ੍ਹੀ ਬਣਾਉਣ ਲਈ ਉਨ੍ਹਾਂ ਨੂੰ ਆਪਣੀ ਠੋਡੀ ਤੇ ਰੱਖਦੀ ਹਾਂ। ਇਹ ਮੇਰੀ ਮੰਮੀ ਨੂੰ ਹਸਾਉਂਦਾ ਹੈ।

I am thankful for bubbles because they make bath time so much fun...

ਮੈਂ ਬੁਲਬਲਿਆਂ ਲਈ ਧੰਨਵਾਦੀ ਹਾਂ ਕਿਉਂਕਿ ਉਹ ਨਹਾਉਣ ਦੇ ਸਮੇਂ ਨੂੰ ਬਹੁਤ ਮਜ਼ੇਦਾਰ ਬਣਾਉਂਦੇ ਹਨ...

Shon

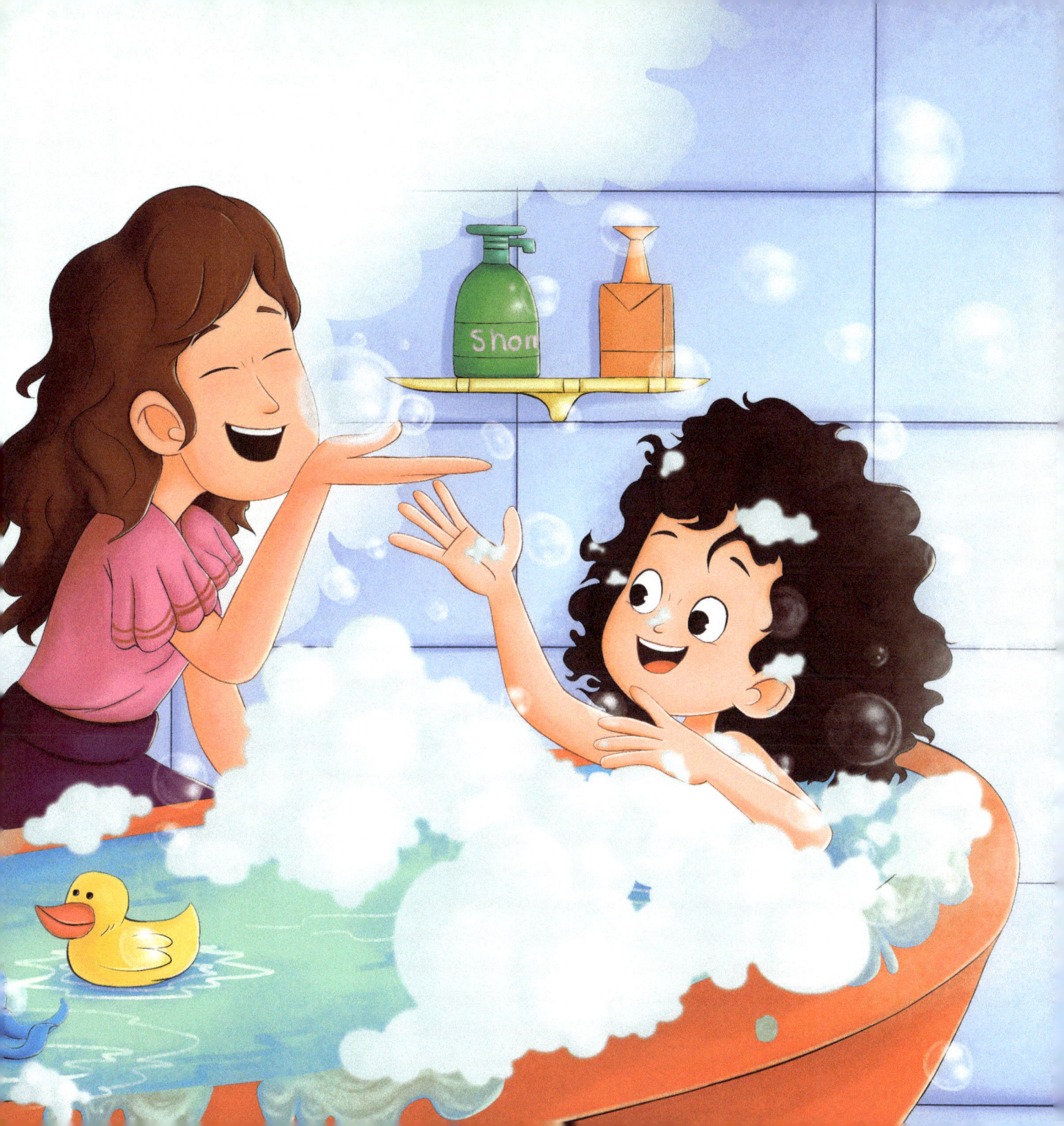

...but I am even more thankful for my mom's cuddles.

...ਪਰ ਮੈਂ ਆਪਣੀ ਮੰਮੀ ਦੀ ਗਲਵਕੜੀ ਲਈ ਹੋਰ ਵੀ ਸ਼ੁਕਰਗੁਜ਼ਾਰ ਹਾਂ।

I start feeling sleepy and get into bed.

ਮੈਨੂੰ ਨੀਂਦ ਆਉਣ ਲੱਗਦੀ ਹੈ ਅਤੇ ਮੈਂ ਬਿਸਤਰੇ ਵਿੱਚ ਜਾਂਦੀ ਹਾਂ।

My bed is cozy and my pillow is soft. My parents kiss me goodnight as I close my eyes.

ਮੇਰਾ ਬਿਸਤਰਾ ਆਰਾਮਦਾਇਕ ਹੈ ਅਤੇ ਮੇਰਾ ਸਿਰਹਾਣਾ ਨਰਮ ਹੈ। ਜਦੋਂ ਮੈਂ ਆਪਣੀਆਂ ਅੱਖਾਂ ਬੰਦ ਕਰਦੀ ਹਾਂ ਤਾਂ ਮੇਰੇ ਮਾਤਾ-ਪਿਤਾ ਮੈਨੂੰ ਚੁੰਮ ਕੇ ਸ਼ੁਭ ਰਾਤ ਕਹਿੰਦੇ ਹਨ।

I am thankful for my family.

ਮੈਂ ਆਪਣੇ ਪਰਿਵਾਰ ਲਈ ਧੰਨਵਾਦੀ ਹਾਂ।

And most of all, I am thankful for my favorite teddy bear.

ਅਤੇ ਸਭ ਤੋਂ ਵੱਧ, ਮੈਂ ਆਪਣੇ ਮਨਪਸੰਦ ਟੈਡੀ ਬੀਅਰ ਲਈ ਧੰਨਵਾਦੀ ਹਾਂ।

9 781525 985775